પુસ્તક

મિહિર જાગૃતિ વોરા

Made with ♥ on the Notion Press Platform
www.notionpress.com

આ પુસ્તક હું મારા માતા પિતા , મોટા ભાઈ ભાભી અને નાની પ્રિય ભત્રીજી ને અર્પણ કરું છું .

સામગ્રી

પ્રસ્તાવના

આ પુસ્તક માં મારા આજકાલ દૈનિક માં આવેલા મારી કોલમ એક નઝર ના લેખ છે. ૨૦૦૫ થી ૨૦૧૮ સુધી મારા લેખ આ કોલમ માં આવ્યા હતા.

સ્વીકૃતિઓ

આ પુસ્તક માં મારા આજકાલ દૈનિક માં આવેલા મારી કોલમ એક નઝર ના લેખ છે આ માટે હું આજકાલ દૈનિક ના મેનેજમેન્ટ , તંત્રી , ટ્રસ્ટી અને તમામ પત્રકાર અને સ્ટાફ નો આભાર માનું છું .૨૦૦૫ થી ૨૦૧૮ સુધી મારા લેખ આ કોલમ માં આવ્યા હતા.

આ પુસ્તક માટે મેં વિવિધ લેખ આધારિત માહિતી વિકિપીડિયાગુગલ ફોટો ,લેખ ને લાગતા આવેલા વિવિધ અખબારી અહેવાલ અને જે તે લેખક ના લેખ ના સંદભો નો સહારો લીધો છે તે સૌ નો હું આભાર માનું છું .

અનુક્રમણિકા

- પુસ્તક

1

પુસ્તક

મિત્રો કોરોના અને લોક ડાઉન ના દિવસો વચ્ચે જો કોઈ માનુષ નો સાચો મિત્ર બન્યો હોય તો તે છે હોય તે છે પુસ્તક , સાચું જ્ઞાન અને સાચો માર્ગ સાચા મિત્રો અને સાચા સારા પુસ્તકોજ આપી શકે છે

જાણીતા ગુજરાતી ચિંતકે કહ્યું છ તેમ જે ઘરમાં પાંચ સારાં પુસ્તક ના હોય તે ઘરમાં દીકરી ના આપશો તે ઉક્તિ પુસ્તકનું મહત્વ વ્યક્ત કરે છે. વ્યક્તિની વિચાર દુનિયાવિકસાવવા અને સાચો માનવ બનાવવા પુસ્તક એ જ્ઞાનનું પહેલું પગથિયું છ.

ગાંધીજી એ કહ્યું છ કે પુસ્તકનું મૂલ્ય રત્ન કરતાંય અધિક છ. રત્ન બહારની ચમક બતાવે પુસ્તક અંદરની ચમક કરે છ.૨૩ એપ્રિલ સમગ્ર વિશ્વમાં વિશ્વ પુસ્તક દિવસ તરીકે ઉજવાય છ,

આ દિવસ મહાન લેખક અને નાટ્યકાર વિલિયમ શેક્સપિયર નો જન્મદિવસ અને મરણ દિવસ છ .આ દિવસ કૉપીરાઇટ ડે તરીકે પણ મનાવાય છ.

યુનેસ્કો, પબ્લિસિંગ તથા કૉપીરાઇટના પ્રચારહેતુ મિત્રો લોકડાઉન માં ખરેખર પુસ્તકો જ સાચા મિત્રો બન્યા છ ઉપરાંત એ પુસ્તક પણ સાચું મિત્ર બન્યું છ.

આ દિવસની ઉજવણી થાય. છ,અને લોકોમાં પુસ્તકો વાંચવા પ્રત્યેની જાગૃતિ આવે એ વિશ્વ પુસ્તક દિનની ઉજવણીનો હેતુ છ.

સમગ્ર વિશ્વમાં વિશ્વ પુસ્તક દિનની ઉજવણીમાં પ્રકાશકો પણ ભાગ લે છે અને લેખકો પ્રત્યેની તેમની લાગણી પ્રદર્શિત કરે છે જીવનમાં પુસ્તકો ખૂબ જ મહત્વનું સ્થાન ધરાવે છે .

વિવિધ સંસ્કૃતિઓનો પરિચય આપણે પુસ્તકો વડે જ પ્રાપ્ત થાય છે કંઇક નવું શીખતા રહીયે છીએ, , જયારે આપણે પુસ્તકોના સહવાસમાં આવીએ છીએ.

આજે બધા લેખકોનાપુસ્તકોઇન્ટરનેટ માં છે યુવા લેખક નિરવ શાહ બહુ સરસ વાત કરે છે કે આજે આંગળીના એક ટેરવે અસંખ્ય પાનાઓ ઇન્ટરનેટ પર વિનામૂલ્યે મળે છે.

પણ હાથમાં પુસ્તકને પકડીને આંગળીને જીભ વડે ભીની કરીને પાનાં ફેરવવાની મજા આ સ્ક્રીન પરના પુસ્તકોમાં નહિ જ આવે,

ટેકનોલોજિ સામેનો કોઈ વિરોધ નથી પણ પેલા પુસ્તકોમાંથી આવતી સુગંધનો અધિકાર કોમ્પ્યુટર સ્ક્રીન ક્યારેય નહિ આપે . ચોપડીઓના પાનાંને વાંચતા વાંચતાપુસ્તકો વાંચતા વાંચતા આપણે મનમાં એક પોતાનું ભાવ વિશ્વ ઉભું કરીએ છીએ,

અને પછી એની સાથે વિચારીએ છીએ, ક્યારેક રડીએ છીએ, ક્યારેક છલોછલ હસીએ છીએતે દગો નથી આપતા એ વર્ષો પહેલા અને વર્ષો પછી પણ પોતે કહેલા શબ્દો જ કહે છે એ સહેજ પણ બદલાતા નથી.

જિંદગીની પ્રાથમિક જરૂરીયાતની વાત ગુજરાતી પુસ્તકોની હોય કે બીજિ કોઈ પણ ભાષાની, શરત એ છે કે એ પુસ્તકો વંચાવા જોઈએ,

અનેક રચનાકારની રચનાઓ વાંચીએ છીએ ત્યારે સમજાય છે વાસ્તવિક જિંદગીનીએ કેટલી લગોલગ છે, માત્ર આ દિવસ માટે જ નહિ પણ હંમેશા પુસ્તકો ખરીદાય, વંચાય, વહેંચાય અને તેની ચર્ચા થાય એ ખુબ જ જરૂરી છે.

"આજે વાંચે ગુજરાત" અને પુસ્તક પરબ" થી આજે દરેક ઘર માં પુસ્તકો પહોંચાડવામાં સફળ થયા છીએ .સમારંભમાં બુકે ને બદલે બુક આપવાની પ્રથા હવે ચાલુ થઇ છે એ સોનેરી સવારની નિશાની છે..

વર્તમાન યુગ એ જ્ઞાન અને માહિતીનો યુગ છે. જ્ઞાનના ફેલાવા માટે જો કોઈ સૌથી વધુ શક્તિશાળી માધ્યમ હોય તો તે પુસ્તકો છે. આજના ઇન્ફર્મેશન યુગમાં પણ પુસ્તકોનું મહત્વ ઓછું થયું નથી.

પુસ્તકો જ આ વિશ્વને પ્રેરણા આપી શકે છે. સમજણ, સહનશીલતા અને સંવાદ માટે સામાજિક જાગૃતિનું કામ પુસ્તકો જ કરે જીવન ને સફળ બનાવે છે

મિલ્ટન કહ્યું છે,“ પુસ્તકોમાં આત્માનું જીવન છે, કેમ કે, એમાં જીવનનો વિચાર સાર રહેલો છે.” ગ્રંથો સજીવ છે એટલે જ મિલ્ટને એમ પણ કહ્યું છે, “પુસ્તકોમાં આત્મા હોય છે. સંદગ્રંથોને કદી નાશ થતો નથી.

”સિસરોએ કહ્યું છે, “ ગ્રંથ વગરનું ઘર આત્મા વગરના શરીર જેવું છે.” એટલે કે ઉત્તમ પુસ્તકોને અભાવે મનુષ્ય જ્ઞાનથી વંચિત રહે છે.

પ્રગતિશીલ જીવન માટે પુસ્તકોનો સાથ ઘણો જરૂરી છે, કેમ કે પુસ્તકો દ્વારા જ જીવનનું માર્ગદર્શન અને પ્રેરણાપ્રકાશ મળે વિચારો ઉત્તમ પુસ્તકોમાં ઉચ્ય છે હોય ઉત્તમ વિચાર, ઉચ્ય ભાવનાઓ અને કલ્પનાઓ જ્યાં હોય છે,

તિલકે કહ્યું છે, “ હું નરકમાં પણ ઉત્તમ પુસ્તકોનું સ્વાગત કરીશ, કેમ કે તેમનામાં એવી શક્તિ છે કે તે જ્યાં હશે ત્યાં આપોઆપ સ્વર્ગ ખડું થશે.” સ્વર્ગનું અસ્તિત્વ કોઈએ જોયું નથી. મનુષ્યની ઉચ્ય માનસિક સ્થિતિ કે જે ઉત્તમ વિચારોનું ફળ છે, તે જ સ્વર્ગ છે..

ઉત્તમ પુસ્તકોનું સાનિધ્ય મનુષ્યની બુદ્ધિને જ્યાં પ્રાપ્ત થાય છે ત્યાં એને સ્વર્ગની અનુભૂતિ થવા લાગે છે.સાચો સ્વાર્થ રહિત આત્મીય મિત્ર મળવો મુશ્કેલ છે.

પુસ્તકો આપણે સાચો રસ્તો અને દિશા અને દશા બદલવામાં મદદ રૂપ થાય છે એટલેજ આપણા સાચા મિત્રો લેખાય છે . ગાંધીજી કહે છે કે “ સારાં પુસ્તકો આપણી પાસે હોય તો તે પરોપકારી મિત્રની ગરજ સારે છે. ”

પુસ્તકો મનને એકાગ્ર કરવા અને સંયમિત બનાવવા માટેનાં સરળ સાધન છે એક વાર મહાન ક્રાંતિકારી લોકમાન્ય તિલક નું ઓપરેશન થઈ રહ્યું હતું, એને માટે એમને ક્લોરોફોર્મ સૂંઘાડીને બેભાન કરવાના હતા,

પરંતુ એને માટે તેમણે ડૉકટરને ના પાડી અને કહ્યું, “ મને એક ગીતાનું પુસ્તક લાવી આપો હું એને વાંચતો રહીશ અને તમે ઓપરેશન કરી નાંખજો.

લોકમાન્ય તિલક વાંચન માં એવા તલ્લીન બની ગયા કે ડૉકટરોએ ઑપરેશન કર્યું ત્યાં સુધી જરા પણ હાલ્યા પણ નહીં.

યાદ રાખો કે પુસ્તકો જાગૃત દેવતા છે, એના અધ્યયન, ચિંતન, મનન દ્વારા, પૂજા કરીને તરત વરદાન મેળવી શકાય છે. આથી. ઉત્તમ પુસ્તકોના એકાગ્રપૂર્વક વાંચનને જીવનનું જરૂરી અંગ બનાવવું જોઈએ.

આમ આવો આજે પુસ્તકો વાંચી અને તેને સાચા મિત્રો બનાવીએ અને તેને સંસ્કારોનું સિંચન આવનારી પેઢીઓ માં કરીએ.

પુસ્તકો વિશે મહાન વ્યકિતઓના કથનો:-

"પુસ્તકોમાં આત્માનું જીવન રકત છે, કેમ કે, એમાં જીવનનો વિચાર સાર રહેલો છે"- મિલ્ટન

"પુસ્તકોમાં આત્મા હોય છે. સંદગ્રંથોને કદી નાશ થતો નથી"- લિટન

"ગ્રંથ વગરનું ઘર આત્મા વગરના શરીર જેવું છે." – સિસરો

જીવીશ, બની શકે તો એકલાં પુસ્તકોથી. – કલાપી.

આંખો સામે રહેતી વસ્તુઓ નાં જ્ઞાન માટે પણ પુસ્તકો વાંચવા પડે છે.- રવીન્દ્રનાથ ટાગોર

કસરત થી જે લાભ શરીર ને મળે છે તેજ લાભ પુસ્તક નાં વાંચન થી મગજ ને મળે છે.- એડિસન

પ્રગતિ વિના સંસ્કૃતિ નહીં, વિચારો વિના પ્રગતિ નહીં, પુસ્તકો વિના વિચારો નહીં, પુસ્તક મારફતે જ માણસ બીજાના કોઈપણઅનુભવને પોતાનો કરી શકે છે, પોતાની પસંદગીના યુગમાં જીવી શકે છે. એક જિંદગીમાં અનેક અવતારો જીવી શકે છે. – નોર્મન કઝીન્સ.

પુસ્તક વિશે સુવિચાર :-

ઉત્તમ પુસ્તકો જાગૃત દેવતા છે.

પુસ્તકો આપણા સાચા મિત્રો છે.

પુસ્તકો આપણા સાચા મિત્રો

સારા પુસ્તકો વિનાનું ઘર સ્મશાન જેવું છે.

પુસ્તકપ્રેમી સૌથી વધુ શ્રીમંત અને સુખી છે.

વિચારોના યુધ્ધમાં પુસ્તકો જ શસ્ત્રો છે.

પુસ્તક જ્ઞાનની પરબ છે

પ્રગતિશીલ જીવન માટે પુસ્તકોનો સાથ ઘણો જરૂરી છે, કેમ કે પુસ્તકો દ્વારા જ જીવનનું માર્ગદર્શન અને પ્રેરણાપ્રકાશ મળે છે. ઉત્તમ પુસ્તકોમાં ઉચ્ચ વિચારો હોય છે. ઉત્તમ વિચાર, ઉચ્ચ ભાવનાઓ અને કલ્પનાઓ જ્યાં હોય છે, ત્યાં સ્વર્ગ છે.

સ્વર્ગનું અસ્તિત્વ કોઈએ જોયું નથી. મનુષ્યની ઉચ્ચ માનસિક સ્થિતિ કે જે ઉત્તમ વિચારોનું ફળ છે, તે જ સ્વર્ગ છે. ઉત્તમ પુસ્તકોનું સાનિધ્ય મનુષ્યની બુદ્ધિને જ્યાં પ્રાપ્ત થાય છે ત્યાં એને સ્વર્ગની અનુભૂતિ થવા લાગે છે.

યાદ રાખો કે પુસ્તકો જાગૃત દેવતા છે, એના અધ્યયન, ચિંતન, મનન દ્વારા, પૂજા કરીને તરત વરદાન મેળવી શકાય છે. આથી આપણે નિયમિત સદ્ગ્રંથો વાંચતા રહેવું જોઈએ. ઉત્તમ પુસ્તકોના એકાગ્રપૂર્વક વાંચનને જીવનનું જરૂરી અંગ બનાવવું જોઈએ.

એક ઊંચો કૂદકો આકાશને આંબી શકે એટલા મજબૂત ખ્વાબો આપણી પાસે નથી,વૈભવી સામાનથી છલકાય છે ઘર આપણાં, કોઈ ખૂણામાં કિતાબો આપણી પાસે નથી.

માણસને પુસ્તક સ્પર્શે ત્યારે તે હજાર પાંખવાળો દેવદ્રત બની શકે છે. 'અન ટુ ધી લાસ્ટ પુસ્તક'ના વાંચનથી 3 દિવસમાં મહાત્મા ગાંધી પણ બદલાઈ જાય છે. ખરેખર તે આપણી ચૈતસિક પ્રક્રિયામાં વધારો કરે છે.

જો બાબા સાહેબ આંબેડકરના પિતા પુત્રના પુસ્તક માટે દાગીના ગિરવે મૂકીને પુસ્તક અપાવી શકતા હોય તો આપણે આપણાં સંતાનોને દરરોજ અડધો કલાક સારું પુસ્તક વાંચવાની પ્રેરણા આપવી જ જોઈએ.

જાણીતા લેખક જયેશ ચિતલિયા પોતાની સોશ્યલ સાયન્સ કોલમ: જીવન એ પુસ્તક અને પુસ્તક એ જીવન બની શકે તેમાં બહુ સરસ વાત કરે છે કે ,આપણા દરેકનું જીવન ખુદ એક ભવ્ય પુસ્તક છે એનું શું?

અને એ પણ કેવું અદ્ભુત જીવન અને અનોખું પુસ્તક! કારણ કે જીવન જ એક એવું પુસ્તક છે, જેનું રોજ એક પાનું લખાય છે, લખાઈ ગયા બાદ તેમાં ફેરફાર થઈ શકતો નથી.

બાકી બધાં જ પુસ્તકો પૂર્ણ લખાઈ ગયાં હોય છે. તેમ છતાં એમાં ફેરફાર થઈ નવી આવૃત્તિ બહાર આવી શકે છે. જ્યારે કે જીવનનાં પાનાં રોજ નવાં, સતત નવાં, એમાં કંઈ જ ફિક્સ્ડ નથી, એકનાં એક લાગે તોય નવાં હોય છે, એમાં લખાયા બાદ છેકછાક થઈ શકતી નથી, એને ભૂંસી શકાતાં પણ નથી.

હા, અગાઉના પાનામાં જો ભૂલ થઈ ગઈ હોય એવું સમજાય તો પછીના પાનામાં સુધારા કરી શકવાની તક જરૂર મળે છે.

મજાની વાત એ છે કે જીવનના પુસ્તકમાં સૌથી વધુ રોમાંચ, સસ્પેન્સ, થ્રિલર, રહસ્ય, અનિશ્ચિતતા, ચઢાવ-ઉતાર, હર્ષ-શોક, સુખ-દુ:ખ વગેરે જેવી કેટલીયે ઘટનાઓ સમાતી જાય છે.

આ પુસ્તક અબજોપતિના જીવનનું હોય કે સાવ રંક માણસના જીવનનું હોય, પરમાત્મા યા પ્રજાને કોનું પુસ્તક વધુ ગમશે એ કહી શકાય નહીં. પુસ્તકને કોઈ પણ ધર્મ, સંપ્રદાય, જ્ઞાતિ કે જાતિ સાથે પણ ભેદભાવ હોતો નથી.

પુસ્તક એ આપણા જીવનના હૃદયરૂપી બારણા ઉપર મારવામાં આવતી દસ્તક કહી શકાય, જેને સંભળાય એ ખોલે અને વાંચે. વાંચીને વિવેકપૂર્વકત જીવનમાં ઉતારે તો જીવન નામનું પુસ્તક પણ સાર્થક થઈ જાય,

કારણ કે દરેક સારા પુસ્તકમાં પરિવર્તન લાવવાની શક્તિ હોય છે, સવાલ માત્ર વાચકોના તેને ઝીલવા પર અને જીવવા પર હોય છે.

જીવનનું પુસ્તક લખવું એટલે આપણા કર્મનું, આપણા પુરુષાર્થનું લખાણ, જેના આધારે આપણું પ્રારબ્ધ લખાય છે. આપણા જીવનના પુસ્તકમાં પાનાં કેટલાં હશે એ આપણને ખબર હોઈ શકે નહીં અને ખબર ક્યારેય પડશે પણ નહીં, કેમ કે તે અનંત છે.

આ જીવન પુસ્તકનું અનુસંધાન બીજા જન્મમાં પણ નીકળે છે . આમ તો કહેવાય છે કે મરણ બાદ આપણી સાથે કંઈ જ નથી આવતું,

પરંતુ વાસ્તવમાં આપણાં કર્મો જરૂર આપણી સાથે આવે છે, જેનું બેલેન્સ પોઝિટીવ છે કે નેગેટિવ, જે પણ હોય એ નવા જીવનમાં આગળ થાય છે.

આપણા જીવનના પુસ્તકનું મહત્વ કેટલું જબરદસ્ત છે! અને હા, આ પુસ્તક માત્ર પરમાત્મા વાંચે છે.

હકીકતમાં પુસ્તક લખવું એક વાત છે, પુસ્તક બહુ સરસ લખાયું હોવાથી, બહુ વેચાયું હોવાથી, બેસ્ટ સેલર્સની યાદીમાં લખવું એ કળા છે અને જીવન જીવવું એ તેથી પણ મોટી કળા છે. આ બન્ને કળામાં બહુ મોટો ભેદ છે, કેમ કે લખવું અને જીવવું વચ્ચે પણ જબરદસ્ત ભેદ છે.

પઢને યોગ્ય લિખા જાય, ઉસસે સો ગુના બહેતર હૈ કી લિખને યોગ્ય જિયા જાય! આપણે આપણા જીવન પુસ્તકને માત્ર લખવું છે કે પછી એવું જીવવું છે, જે જીવવું જ પુસ્તક બની જાય. એ આપણે દરેકે નક્કી કરવાનું રહે છે.

પુસ્તકની જ વાત કરીએ તો હવે લોકો પાસે પુસ્તકો માટે વધુ સમય નથી, જગ્યા નથી અને લગાવ પણ ઘટતો જાય છે. લાઇબ્રેરીઓમાં હજારો પુસ્તકો તેના વાચકોની રાહ જોયા કરતાં હોય છે,

ઘણાંને તો વાચકો વરસો સુધી સ્પર્શ પણ કરતા નથી, તેમાં ક્યારેક પુસ્તકના પોતાનાં લક્ષણો એટલે કે તેમાંનું લખાણ પણ જવાબદાર હોય છે તો ક્વચિત વાચકોની માનસિકતા કારણભૂત બને છે, કોને શું વાંચવું છે તેના પર આધાર રહે છે.

સારાં પુસ્તકોથી જીવનપરિવર્તન થાય છે એ વાત સાચી, પણ એ પુસ્તકના વાંચનારના અભિગમ તેમ જ દૃષ્ટિ પર વધુ આધાર રાખે છે. તેથી જ એક સારું પુસ્તક બધાંમાં પરિવર્તન લાવી શકતું નથી.

પુસ્તકોનું સ્થાન બહુ ઝડપથી મોબાઇલ, ઇન્ટરનેટ સહિત વિવિધ સોશ્યલ મીડિયાએ લઈ લીધું છે.

હવે લોકો મહત્તમ ફેસબુક વાંચે છે, પણ બુકને ફેસ કરવાનું ટાળે છે. આનો એક અર્થ એવો પણ થઈ શકે કે લોકો વાંચે છે ખરા, પણ તેમના વાંચનનું માધ્યમ બદલાયું છે.

ફિઝિકલ પુસ્તકને સ્થાને ઈ-બુક આવી ગઈ છે, કિન્ડર અને પોડકાસ્ટ આવી ગયાં છે. વાંચવા કરતાં લોકો પુસ્તકો સાંભળવા લાગ્યા છે. તેમ છતાં પુસ્તક એ પુસ્તક છે.

જો તમારે સંતાનોને જીવનની અમૂલ્ય ભેટ આપવી હોય તો તેમને વાંચનની આદત આપો અને પુસ્તકોની સોગાત આપો.

જો તમે પુસ્તકપ્રેમી હો તો તમારા સ્વજનો કે પ્રિયજનોને વારતહેવારે સારાં પુસ્તકોની ભેટ આપો. યાદ રહે, પુસ્તક જીવન

બદલી શકે છે. પુસ્તક એ ઉત્તમ મિત્ર, ઉત્તમ ગુરુ અને ઉત્તમ પથદર્શક છે. પુસ્તક વિશે ઘણી બધી વાતો થઈ શકે છે, કરવી પણ જોઈએ. પુસ્તક જગત પણ બદલી શકે છે.

પુસ્તક લખવું એ માત્ર એક વ્યક્તિ માટે જ નહીં પરંતુ બધા માટે વિશિષ્ટ છે. હંમેશા એવો સમય આવે છે કે દરેક વ્યક્તિ વિશ્વની સમસ્યાઓનો થોડો ઉકેલ અથવા વિચાર મેળવે છે,

જેનું મગજ છે તેણે લખવું જ જોઈએ; લેખકને અંગ્રેજીમાં નોંધણી કરાવવાની જરૂર નથી, પરંતુ તેઓ જે ભાષા સારી રીતે સમજે છે તેમાં લખવાનું નક્કી કરી શકે છે.

કેટલાક પુસ્તકો લોકોની જીવનશૈલી વિશે લખવામાં આવે છે તે જોવા માટે કે કોપી કરવી અથવા ક્લોન કરવું વધુ સારું છે. આમાંના મોટાભાગના લેખકો પોતાનો સમય લખવા અને પુસ્તક મૂકવા માટે પોતાના વિશે વિચારે છે.

શબ્દો મૂકવા સરળ છે; કેટલાકને લાગે છે કે તે સરળ નથી, પરંતુ વાસ્તવિક અર્થમાં, પુસ્તક લખવું સરળ છે, અને દરેક તે કરી શકે છે.

વિવિધ કારણો છે કે તમારે વિચારોને શા માટે નીચે ઉતારવા જોઈએ, જેમાંથી કેટલાક છે;

તમે લેખક છો, લેખન હવે તમારી કારકિર્દી છે તમારી પાસે પૂરતો સમય છે તમે નાણાં કમાઓ છો તમે લાગણી વિકસાવવાનું વલણ ધરાવો છોલેખન સાથે પૈસા કમાવવા એ સારો વ્યવસાય છે

બે પ્રકાર ના લેખક હોય છે 1. પ્રકાશિત લેખક અને 2. સ્વ-પ્રકાશિત લેખક.

પ્રકાશિત લેખક:મોટાભાગના લેખકો કે જેમની પાસે તેમના પુસ્તકો અન્ય લોકો દ્વારા વેચવામાં આવે છે તેઓને વધારે ફાયદો થતો નથી. કારણ કે તેઓ પુસ્તક પ્રકાશિત કરવાથી કેટલાક ટકા મેળવે છે.

પુસ્તક પ્રકાશિત થયા પછી તેઓ લેખકને એડવાન્સ આપી શકે છે અથવા રોયલ્ટી ચૂકવી શકે છે. 10 થી 15 ટકા વેચાણ પ્રકાશકને લેખકને આપવામાં આવશે.ચૂ

કવવામાં આવતી રોયલ્ટી મુખ્યત્વે પુસ્તકની કિંમત પર આધારિત છે.આ બધા મુદ્રિત પુસ્તકો માટે છે, પરંતુ અન્ય કિંમત અને નફા સાથે બદલાય છે.

સ્વ-પ્રકાશિત લેખક: સ્વ-પ્રકાશિત લેખકોએ ખર્ચ અને માર્કેટિંગના સમયનો તણાવ લેવો જ જોઇએ પરંતુ સામાન્ય રીતે વધુ રોયલ્ટી બનાવે છે.

કવર ડિઝાઇન માટે ચૂકવણી અને તમારા પુસ્તકને છાપ્યા પછી, તમે દરેક મુદ્રિત પુસ્તકને વેચવાનું નક્કી કરી શકો છો કારણ કે પરંપરાગત પ્રકાશક તેને પ્રકાશિત કરતું નથી.

તમે પ્રથમ વખત પુસ્તક લખવાનું કેવી રીતે શરૂ કરો છો?

એક જાણીતા અંગ્રેજી લેખક અજાહ_એક્સેલ ના જણાવ્યા પ્રમાણે પુસ્તક લખવાનું શરૂ કરવા માટે નીચે આપેલા જરૂરી પગલાંને અનુસરો:

1. તમારા વિચારો બનાવો

2.તમારું પુસ્તક ક્યાં છે તે શોધવા માટે લેખકે શ્રેણી નું વિસ્તૃત સંશોધન કરવું જોઈએ

3. પુસ્તક લખતી વખતે તમે જે શબ્દો લખવા માંગો છો તેના પર લક્ષ્ય નક્કી કરવું

4. લેખનની સારી આદત રાખો.

5. લેખન સાધન મેળવો

6. તમારા પુસ્તક માટે એક વિષય બનાવો

7. રૂપરેખા બનાવો

8. લેખન માટે સમય નક્કી કરો

9. તમારા લેખન પર ધ્યાન આપો

10. ટૂંકા પુસ્તકથી પ્રારંભ કરો.

11. પ્રેરિત રહો

12. પ્રેરિત બનો

13. જરૂર પડે ત્યારે વિરામ લો.

14. લખ્યા પછી સંપાદિત કરો

15. ખાસ લેખન સ્થળ છે

16. પ્રતિસાદ માટે લેખન બ્લોગ બનાવો

17. તમારા લેખનને પ્રકરણ દ્વારા પ્રકરણ બનાવો.

18. ભૂલ સુધારો અનેયોગ્ય સંદર્ભ આપો

19. મેનુ સ્ક્રિપ્ટ બનાવો

20. નિષ્ફળતાથી ક્યારેય ડરશો નહીં.
21. તમારા માટે સાપ્તાહિક સમયમર્યાદા સેટ કરો
22. તમારું પુસ્તક સંપાદિત કરો
23. આકર્ષક કવર પર કામ કરો
24. તમારા પુસ્તકને ફોર્મેટ કરો
25. એક આનંદદાયક અંત બનાવો
26. વ્યાવસાયિક લેખકો પાસેથી સમીક્ષા માટે પૂછો.
27. પ્રકાશન પદ્ધતિ પસંદ કરો
28. તમારું પુસ્તક પ્રકાશિત કરો
29. તમારા પુસ્તકનું માર્કેટિંગ કરો
30. બીજું પુસ્તક લખો

અન્ય વિચારો પસંદ કરો અને લખતા રહો કારણ કે આમ કરવાથી તમે એક વ્યાવસાયિક લેખક બનશો.

જાણીતા લેખક મયૂર ખાવડુ પોતાના એક લેખ માં એક નવી જ વાત કરે છે જે સચોટ વાત છે.

જ્યોતીન્દ્ર દવેએ એક સભામાં પ્રવચન આપતી વખતે કહેલું કે, 'હવે તો સંતતિનિયમન જરૂરી જ છે, કારણ કે અચાનક લેખકો વધી ગયા છે. લેખકો મનુષ્યમાંથી જ સર્જાતા હોવાથી હવે સંતતિનિયમન વિશે આપણે ગંભીરતાથી વિચારવું જોઈએ.'

જ્યોતીન્દ્રને તો લેખકો વધી ગયા તેની ચિંતા હતી, કે લેખકો વધી જતા ઉધાર પુસ્તકનું ચલણ વધવા લાગ્યું તેનો બળાપો હતો, તે જાણી શકાયું નથી.

ઓફિસના કર્મચારીને જ્યારે તમે પુસ્તક ઉધાર વાંચવા આપો છો ત્યારે તેના માથાનાં વાળ અને નિવૃતિની વય વિશે અચૂક જાણી લેવું. આવા વાંચકો નિવૃત થવાની ઉંમરે જ સ્ટાફ આખા પાસેથી પુસ્તકો ઉધાર માગવા લાગે છે.

સમાજમાં વ્યાપેલું આ એક નૂતન દૂષણ છે. જેનાથી કોઈ બચી નથી શકતું. રાજા રામમોહનરાયે સતીપ્રથા અને વિલિયમ બેન્ટીકે ઠગોના ઉત્પાતનો ભારતમાંથી નાશ કર્યો હતો, તેમ પુસ્તક ઉધાર માગનારાઓનો પણ નાશ કરવો જરૂરી થઈ ચૂક્યો છે.

જે-તે વ્યક્તિ આવા લોકોનો નાશ કરે છે, તો સાતમાં ધોરણનાં પાઠ્યપુસ્તકમાં તેની જીવની પ્રગટ કરવાની જવાબદારી પણ અમે જ લઈશું.

મારી પાસેથી મહિલાઓ ખૂબ પુસ્તક માગે છે, કારણ કે મારું શરીર એવું છે કે મહિલાઓ પણ કાઠલો પકડીને કહી શકે, 'જા નથી દેવી તારી ચોપડી, શું કરી લઈશ'

આ કારણે જ મેં મહિલાઓને પુસ્તકો ઉધાર આપવાનું બંધ કરેલ છે. મહિલા મિત્રને અથવા બહેનોને હું પહેલાથી જ એક પુસ્તક ભેટમાં આપી દઉં છું. મારા પૂર્વ સહકર્મચારીઓ આ વાતથી અવગત હશે જ. સ્ટાફમાં રહેલ એક એક મહિલાને મેં પુસ્તક આપ્યું છે.

1960ના દાયકામાં સિડની હેરિસ નામના ખ્યાતનામ કટાર લેખકે, જેને કટાર લેખન સાથે સાથે સારો એવો પુરસ્કાર પણ મળતો, તેણે જ ભરી સભામાં કહેલું કે મારા જેવા બુદ્ધિજીવી લેખક બનવા માટે તમારે અખૂટ વાંચવું પડશે અને ત્યારથી અમેરિકામાં પુસ્તકો ઉધાર માંગવાની પરંપરાનો આરંભ થયેલો તેવું માનવામાં આવે છે.

જ્હોન રસ્કિન તો આવા ઉધારીયાવને ટોણો મારીને કહેતો, 'જે પુસ્તક વાંચવા જેવું હોય તે ખરીદવા જેવું પણ હોય છે.' દરેક વાંચક જેમ કોઈ પાસેથી ઉધાર લીધેલ એક ચોપડું તો પરત કરતો જ નથી, તેમ જ્હોન રસ્કિન પણ આ વિધાન આપતા સમયે તેમાંથી બાકાત નહીં રહ્યો હોય.

એક શ્રેષ્ઠ નવલકથાકાર બનવા માટે જાપાનના હારુકી મુરાકામીનું ક્વોટેશન દરેક નવલકથાકારે આત્મસાત કરવું રહ્યું. નોબલના આંગણે આવી બે વખત પરાજિત થનારા મુરાકામી લખે છે, 'નવલકથાકાર બનવા માટેની પ્રાથમિક શરત એ છે કે તમે ટનમાં નવલકથાઓ વાંચી હોવી જોઈએ. ક્લાસિક નવલકથાઓ પણ વાંચેલી હોવી જોઈએ અને રોમાંચક પણ.'

મુરાકામીના આ વિધાનના પરિણામે જ બાદમાં જાપાનમાં નવલકથા લખવાનું ચલણ ધીમે ધીમે ઓછું થતું ગયું. કારણ કે જાપાનમાં પણ ગુજરાતીઓની જેમ ધંધાથીઓ વધારે છે. ગુજરાતીઓ અને જાપાનમાં કંઇ વધારે ફર્ક નથી. ત્યાં પણ પુસ્તકો માગનારા પડ્યા જ છે.

ઘણા લોકોને મોબાઈલ માં પરોવાયેલા રહેવું કરતા પુસ્તકો વાંચવાનો ખુબ જ શોખ હોય છે. એક કહેવત છે કે વિદેશમાં "વિદ્યા મિત્ર સમાન છે" અને વિદ્યા મળે પુસ્તકો દ્વારા.

અને તેમ પણ કહેવાય છે કે જે ઘરમાં પુસ્તકો ના હોય ત્યાં દીકરી ના અપાય !! માણસનો સાથ ભલેને એક માણસ છોડી દે પરંતુ પુસ્તકો તો હંમેશા તેની સાથે રહે છે.

પછી ભલે ને સુખ હોય કે દુ:ખ, તડકો હોય કે છાંયડો તે હંમેશા સાચા મિત્રની જેમ આપણી સાથે રહે છે અને માર્ગદર્શન પણ પૂરું પડે છે.

આપણે પુસ્તક દ્વારા દરેક લેખકને અને તેની લાગણીને સમજી શકીએ છીએ. તેના દ્વારા ભુતકાળને પણ વાંચી શકીએ, ઈતિહાસ વિશે જાણી શકીએ છીએ. મહાન લેખકોનાં વિચારોથી પણ પરિચિત થઈ શકીએ છીએ.

પુસ્તકોનો સંસાર ખુબ જ વિશાળ છે. દુનિયાની નાનામાં નાની બાબત તેની અંદર તેની અંદર સમાયેલી છે. દુનિયાના સુકા રણવિસ્તારથી લઈને ખળ-ખળ વહેતી નદીઓ સુધી દરેકની વિગત છે જેના દ્વારા તે આપણને દેશ-દુનિયાનો પરિચય કરાવે છે.

ઘરે બેઠા-બેઠા પુસ્તક દ્વારા દુનિયાની કઈ વસ્તુ ક્યાં આવેલી છે? કયું સ્થળ ક્યાં છે? સમાજ વ્યવસ્થા કેવી રીતે અસ્તિત્વમાં આવી? કયા મહાન માણસો કેટલો સંઘર્ષ કરીને આગળ આવ્યાં? કોની જીંદગીમાં શું ચાલી રહ્યું છે? દુનિયાના કયા ખુણામાં શુ બન્યું હતું?

મહાન સંતોએ શું કહ્યું? તેમના બોધપાઠ દરેકે દરેક વસ્તુનો સમાવેશ આ પુસ્તકોએ પોતાની અંદર કરી લીધો છે. એક મનુષ્ય મિત્ર કરતાં તો પુસ્તકો કદાચ કોઈને વધારે દિલાસો આપી શકે છે. એક દોસ્ત તરીકે તે વધું સારી જાણકારી આપી શકે છે. ફ્રેન્ડશીપ ડે ઉપર એક પુસ્તક તમારા સાચા મિત્રને ભેટ આપી અને તેને મિત્ર ની ભેટ આપો.

ઔષધિ શરીરના રોગને મટાડે છે તો પુસ્તકો મનના રોગોને ભગાડવામાં મદદ કરે છે. જોકે જેમ કેટલીક ઔષધિઓ આડઅસર કરે છે અને રોગ વધુ વકરી જાય છે. એવી જ રીતે ખરાબ પુસ્તકો મન ઉપર નકારાત્મક અસર પણ કરી જ શકે છે. તેથી આવા પુસ્તકોથી બચવું જોઈએ.

સારા પુસ્તકો વાંચી, સારૂ વિચારી, સારી ફિલ્મો જોઈ એક અસાધ્ય રોગમાંથી સાજા થનાર નોર્મન કઝીન્સની અહીંયા યાદ ન આવે તો જ નવાઈ. આ માણસને એવી બિમારી લાગુ પડી હતી કે કોષો ખવાતા જતા હતા. દુનિયાના કોઈ ડૉક્ટર પાસે આ બિમારીનો ઇલાજ ન હતો. એ સમયે નોર્મન કઝીન્સે સારા પુસ્તકો વાંચવા માંડ્યા.

સારી કોમેડી ફિલ્મો જોવા માંડી. મનને હકારાત્મકતાથી ભરી દીધું. સાથે સાથે વિટામીન સી પણ લેવા માંડ્યુ અને કેટલાક મહીના પછી જે ચમત્કાર થયો એ તબીબી વિજ્ઞાન માટે એક અજાયબી સમાન હતું. નોર્મન કઝીન્સે આ અસાધ્ય રોગ ઉપર કાબુ મેળવી લીધો હતો.

એમણે પોતાના અનુભવ વિશે એક પુસ્તક પણ લખ્યું હતું. . નોર્મન કઝીન્સે પુસ્તકો વિશે લખ્યું હતું, "પ્રગતિ વિના વિચારો નહીં, પુસ્તક મારફત માણસ બીજાના કોઈપણ અનુભવને પોતાનો કરી શકે છે, પોતાની પસંદગીના યુગમાં જીવી શકે છે; એક જ જિંદગીમાં અનેક અવતારો ભોગવી શકે છે."

પુરૃષોત્તમ માવળંકરના વિચારો જોઈતો, "વિચાર કરવામાં વાંચન સહાયક નીવડે છે. પણ વિચારશીલ માણસ માટે વાચન અનિવાર્ય જ છે, એવું ય નથી. અનેક સ્ત્રી-પુરૃષો વાંચી નથી શકતા છતાં તેઓ વિચારી તો શકે જ છે. તેમ છતાં અંતઃપ્રેરણાથી વિચાર કરનારા એવા ઓછાં જ રહેવાના.

વાચનથી આપણને અનેક વિચારબિંદુઓ મળે છે, આપણી માહિતી વધે છે, જીવન વિશેની આપણી સમજણને વાંચન વધારે છે. જીવનની વિવિધ સમસ્યાઓ કેવી રીતે ઉકેલી શકાય છે એ વિશેનું અનુભવામૃત આપણે વાચન દ્વારા પામીએ છીએ... સરસ પુસ્તકો વસાવતાં રહેવું અને વાંચતા રહેવું, એ દરેક સંસ્કારી સ્ત્રી-પુરૃષનો આજીવન છંદ બની રહો."

"પુસ્તક થકી માણસ અને મંતવ્ય" જીવનમાં પુસ્તક એ ખાલી શબ્દો કે પન્ના નથી એ વ્યક્તિના વિચારનું વિસ્તૃતીકરણ છે સાથે એ માણસના વિચારોની જીવનશૈલી અને અસ્તિત્વ પણ છે.

ગુજરાતી ભાષામાં પુસ્તક ની શરૂઆત 1812માં થઈ હતી. ગુજરાતી ભાષાનું પ્રથમ પુસ્તક હતું "દાસ્તાન-એ મઝહબ" આ પુસ્તક ગુજરાતી ભાષામાં રૂપાંતર હતું જે એક પારસી પાદરી ફરદુનજી

મરઝબાન લિખિત હતી.

પુસ્તક ને અંગ્રેજીમાં બુક કહેવાય આ નામ માત્ર એમજ નથી પરંતુ એનો અર્થ એ કે પુસ્તક જ્ઞાનનો સમુન્દર છે. વાંચન એ માણસના જીવન માં એક બીજ જેવું કામ કરે છે જેને વાવવાથી જીવનમાં સંતોષ, ખુશી, પારદર્શકતા અને પોતાનામાં આત્મવિશ્વાશ વધે છે.

પુસ્તકને વાંચવાની અને ખરીદવાની અનેક રીતે હોય છે. જેમાં અમુક લોકો પુસ્તકને તેના છેલ્લા પન્નાના પ્રતિભાવ જોઈને ખરીદે છે, ઘણા નામ પરથી ખરીદે છે, ઘણા પુસ્તકના લેખક કોણ છે તે જોઈ ને ખરીદે છે, તથા ઘણા લોકો તેને એકલતાનો સાથી ગણીને ખરીદે છે.

પુસ્તક ને વાંચવાની પણ અનેક રીતે હોય છે ઘણા લોકો પુસ્તક ઉપર રિસર્ચ કરી ને વાંચે છે, ઘણા લોકો પુસ્તક માંથી પ્રેરણા લેવા વાંચે છે, અમુક લોકો બીજા લોકોના સૂચનથી પુસ્તક વાંચે છે તો કોઈ પોતાના નવરાશના સમયે પુસ્તક વાંચે છે.

જીવનમાં પુસ્તક એ સહારો, સંબંધ અને સમતાનો ભાવ દર્શાવે છે. "વાંચી પુસ્તક લઇ જાવ જીવનને એક અનોખા વ્યક્તિત્વ તરફ" પુસ્તકને જો પ્રેમ કરવામાં આવે તો તેનાથી જીવનમાં પ્રેમનું જાતેજ સર્જન થઇ છે અને માણસ અને મંતવ્યને જાતેજ જોડાય એક સફળતાનો માર્ગ દોરી બતાવે છે.

અત્યારે જોવા જઈએ તો ભારતનો પુસ્તક બજાર હાલ વિશ્વમાં 6 ક્રમે છે. અને વધુ પડતી અંગ્રેજી ભાષાના પુસ્તકનું રૂપાંતર ભારતમાં થાય છે. અત્યારે પુસ્તકનું ભારતના બજારમાં મૂલ્ય 261 અબજ છે જે 2020 સુધીમાં 739 અબજે પહોંચે તેવી સંભાવના છે.

દુનિયાની સૌથી નાની પુસ્તક છે "ટીની ટેડ ફ્રોમ ટર્નીપ ટાઉન" જેને ગિનીસ વર્લ્ડ રેકોર્ડ્સ દ્વારા વિશ્વની સૌથી નાની પુસ્તકનું પ્રમાણપત્ર મળ્યું છે. આ બુક માઇક્રોસ્કોપનો ઉપયોગ કરીને પણ વાંચવા માટે ખૂબ નાની છે.

વિશ્વની સૌથી મોટી પુસ્તક દુબઇમાં બનાવવામાં આવેલ છે જે પ્રોફેટ મુહમ્મદે 2012માં બનાવેલી છે. તેનું માપ છે 16.40 x 26.44 ફૂટછે.

આ મોટા પુસ્તકો જેના પર ભારત માં લગાવવામાં આવ્યો પ્રતિબંધ

ધ હિન્દૂઃ એન અલ્ટરનેટિવ હિસ્ટ્રી

ધાર્મિક સંગઠનોના વિરોધ પછી પેન્ગ્વીન ઈન્ડિયાએ વેન્ડી ડોનીગરનું પુસ્તક 'ધ હિંદુઝ એક વૈકલ્પિક ઇતિહાસ' પાછું લઈ લીધું. દીનાનાથ બત્રાએ ડોનીંગરના પુસ્તક પર પ્રતિબંધ મૂકવા માટે અભિયાન ચાલુ કર્યું હતું. ભારતમાં પુસ્તકો પર પ્રતિબંધ મૂકવાનો લાંબો ઇતિહાસ છે. 'ધ હિંદુઝ એક અલ્ટરનેટિવ' ના પહેલાં પણ ઘણાં પુસ્તકો પર પ્રતિબંધ મુકવામાં આવ્યો હતો.

ધ સૈટનિક વર્સેઝ.

વીસમી સદીના સૌથી વિવાદાસ્પદ પુસ્તકોમાંના એક સલમાન રશ્દીની ધ શેતાનીક વર્સેજ, વૈશ્વિક સ્તરે વિવાદને જન્મ આપ્યો હતો. 1988 માં પ્રકાશિત આ પુસ્તક પછી, આયતુલ્લાહ ખોમેનીએ રશ્દી સામે ફતવો બહાર પાડ્યો. જો કે, આ હુકમ પહેલાં, પુસ્તક પર પ્રતિબંધ મૂકનાર ભારત પ્રથમ દેશ હતો. આ પુસ્તક પર પ્રતિબંધ મૂકવા પાછળ આપેલી દલીલ કહે છે કે આ પુસ્તકે ઇસ્લામનું અપમાન કર્યું છે.

એન એરિયા ઓફ ડાર્કનેશ

વી.એસ.1964 માં, ભારત સરકારે નોયપોલ ના પુસ્તક 'એન એરિયા ઓફ ડોર્કનેસ' પર પ્રતિબંધ મૂક્યો હતો. તેમના આ પુસ્તક માં ભારતની સામાજિક અને આર્થિક પ્રગતિ પર સવાલ ઉઠાવ્યા હતા.

નહેરુ અ પોલિટિકલ બાયોગ્રાફી

દેશના પહેલા વડા પ્રધાન પર લખાયેલા માઇકલ બ્રેચરના આ પુસ્તક પર 1975 માં પ્રતિબંધ મૂકાયો હતો.

નાઈન ઓવર્સ ટુ રામા

અમેરિકન લેખક સ્ટેનલે વોલપર્ટ ની કાલ્પનિક કૃતિ 'નાઈન અવર ટુ રામા' પર 1962 માં પ્રતિબંધ મૂકવામાં આવ્યો હતો. આ પુસ્તકમાં સ્ટેનલેએ ગોડસેના હસ્તે ગાંધીની હત્યાના છેલ્લા નવ કલાક લખ્યા હતા. આ પુસ્તક પર બનેલી ફિલ્મ પર પણ પ્રતિબંધ મૂક્યો હતો.

સ્ટેનલે એ પોતાની પુસ્તકમાં સુરક્ષા કારણોસર ગાંધીની હત્યાના કાવતરાની રૂપરેખા આપી હતી. રસપ્રદ વાત એ છે કે વોલપર્ટ જિન્ના પર એક પુસ્તક લખ્યું હતું અને તેના પર પણ પાકિસ્તાનમાં પ્રતિબંધ મુકવામાં આવ્યો હતો.

ધ ફેસ ઓફ મધર ઇન્ડિયા.

અમેરિકન ઇતિહાસકાર કેથરિન માયો 1927 માં તેમના પુસ્તક 'ધ ફેસ ઓફ મધર ઇંડિયા' ના પ્રકાશન પછી રાજકીય વિવાદમાં આવી ગયા હતા. આ પુસ્તકમાં કેથરિને કહ્યું છે કે ભારત સ્વરાજ માટે સક્ષમ નથી. અને પછી આ પુસ્તક ને મહાત્મા ગાંધીએ આ પુસ્તકને 'ડ્રેઇન ઇન્સ્પેક્ટરનો અહેવાલ' ગણાવ્યો હતો.

ધ લોટસ એન્ડ ધ રોબોટ.

1960 માં પ્રકાશિત થતાની સાથે જ આર્થર કોસ્ટલરનું પુસ્તક 'ધ લોટસ એન્ડ રોબોટ' પર પ્રતિબંધ મૂકવામાં આવ્યો હતો. કોસ્ટલરે, તેમના પુસ્તકમાં, ભારત અને જાપાનની યાત્રા પછી તેમણે બનાવેલા વિચારોની રચના કરી હતી. બંને દેશોએ પશ્ચિમની તુલનામાં કોસ્ટલરને ધાર્મિક રીતે બીમાર દેશ ગણાવ્યો હતો.

ધ ટ્ ફુરકાન

1999 માં, બે લેખકો અલ સફી અને અલ મહદી ના ઉપનામ હેઠળ લખાયેલ 'ધ ટુ ફુરકન' પુસ્તક લાવ્યા. આ પુસ્તકને લઈને સમગ્ર વિશ્વમાં વિવાદ ઉભો થયો હતો. મુસ્લિમોએ તેને ખ્રિસ્તીઓનો પ્રચાર ગણાવ્યો હતો અને આ પુસ્તક ભારતમાં 2005 થી પ્રતિબંધ મુકવામાં આવ્યો છે.

. ધ ફેસ ઓફ મધર ઇન્ડિયા

આ પુસ્તક કેથરિન મેયો દ્વારા લખાયેલું છે અને તે વર્ષ 1935 માં પ્રકાશિત થયું હતું. ખરેખર ભારતની સંસ્કૃતિની આ પુસ્તકમાં ટીકા કરવામાં આવી છે. બ્રિટિશ શાસનના પરિપ્રેક્ષ્યથી લખાયેલા પુસ્તકમાં પણ ભારતીયોને સ્વરાજ્ય માટે અયોગ્ય ગણાવ્યા છે.

હિંદુ હેવન

આ પુસ્તક મેક્સ વાઈલીએ વર્ષ 1933 માં લખ્યું હતું. મેક્સ વાઈલી દ્વારા આ પુસ્તક અમેરિકન મિશનરીઓના ભારતીય કાર્ય પર લખાયું છે. આ પુસ્તક ઉપર એવો આક્ષેપ છે કે તેમાં ઘણી બધી ખોટી વાતો લખવામાં આવી છે.

લેડી ચેટલીસ લવર

આ પુસ્તક ડી.એચ. લોરેન્સ દ્વારા લખવામાં આવ્યું હતું. તે પ્રથમ લેખક દ્વારા અને પછી પેંગ્વિન દ્વારા પ્રકાશિત કરવામાં આવ્યું હતું. આ પુસ્તક ઉપર એવો આક્ષેપ છે કે તેમાં ઘણી બધી અશ્લીલતા

પીરસવામાં આવી છે. આ પુસ્તક પર બ્રિટિશ રાજ દ્વારા પ્રતિબંધ મૂકવામાં આવ્યો હતો અને હજી પણ આ પ્રતિબંધ છે.

રંગીલા રસૂલ

આ પુસ્તક પંડિત ચમુપતિ એમ.એ. દ્વારા લખાયેલ છે. જો કે એવું કહેવામાં આવે છે કે આ લેખકનું અસલી નામ નથી. મો. રફી પબ્લિકેશનથી વર્ષ 1927 માં પ્રકાશિત આ પુસ્તકમાં મુસ્લિમોની ધાર્મિક ભાવનાને ઠેસ પહોંચાડવાનો આરોપ છે.

બોલીવુડની આ ફિલ્મો પુસ્તકો પર આધારિત છે

ઓમકારા (2006) વિલિયમ શેક્સપીયરના ટ્રેજેડી નાટક "ઓથેલો" પર આધારિત છે.

મકબુલ (2003) વિલિયમ શેક્સપિયરના ટ્રેજેડી નાટક "મેકબેથ" પર આધારિત છે.

અંગૂર (1982) વિલિયમ શેક્સપિયરની કોમેડી નાટ્યકૃતી "કોમેડી ઓફ એરર્સ" પર આધારિત છે.

દો દુની ચાર (1968) વિલિયમ શેક્સપીયરની કોમેડી નાટ્યકૃતી "કોમેડી ઓફ એરર્સ" પર આધારિત છે.

દેવ. ડી (2009) શરતચંદ્ર ચટ્ટોપાધ્યાયની બંગાળી રોમાંસ નવલકથા "દેવદાસ" પર આધારિત છે.

દેવદાસ (I) (2002) શરતચંદ્ર ચટ્ટોપાધ્યાયની બંગાળી રોમાંસ નવલકથા "દેવદાસ" પર આધારિત છે.

દેવદાસ (1955) શરતચંદ્ર ચટ્ટોપાધ્યાયની બંગાળી રોમાંસ નવલકથા "દેવદાસ" પર આધારિત છે.

દેવદાસ (1936) શરતચંદ્ર ચટ્ટોપાધ્યાયની બંગાળી રોમાંસ નવલકથા "દેવદાસ" પર આધારિત છે.

સરકાર (2005) મારિયો પુઝો દ્વારા લિખિત નવલકથા "ગોડફાધર" પર આધારિત છે.

દયાવાન (1988) મારિયો પુઝો દ્વારા લિખિત નવલકથા "ગોડફાધર" પર આધારિત છે.

3 ઇડિઅટ્સ (2009) ચેતન ભગત દ્વારા લખાયેલ નવલકથા "ફાઇવ પોઇન્ટ સમવન" પર આધારિત છે.

કા ઈ પો છે! (2013) ચેતન ભગતની નવલકથા "3 મિસ્ટેક્સ ઓફ માય લાઈફ" પર આધારિત છે.

2 સ્ટેટ્સ (2014) ચેતન ભગતની નવલકથા "2 સ્ટેટ્સ - ધ સ્ટોરી ઓફ માય મેરેજ" પર આધારિત ફિલ્મ છે.

ગાઈડ (1965) આર કે નારાયણ દ્વારા રચિત નવલકથા "ધ ગાઇડ" પર આધારિત છે.

દિલ દિયા દર્દ લિયા (1966) એમિલી બ્રોન્ટે દ્વારા લિખિત નવલકથા "વુધરિંગ હાઇટ્સ" પર ખૂબ મુક્ત રીતે આધારિત છે.

બ્રાઇડ ઍન્ડ પ્રેજ્યુડીસ (2004) જેન ઓસ્ટેન દ્વારા લિખિત મહાન નવલકથા પ્રાઇડ ઍન્ડ પ્રેજ્યુડીસ પર આધારિત છે.

પરિણીતા (2005) શરત બાબુની બંગાળી નવલકથા "પોરિણીતા" પર આધારિત છે.

સંકોચ (1976) શરત બાબુની બંગાળી નવલકથા "પોરિણીતા" પર આધારિત છે.

ક્યામત સે ક્યામત તક (1988) વિલિયમ શેક્સપિયર દ્વારા લખાયેલ કરુણ નાટક "રોમિયો અને જુલિયટ" પર ખૂબ જ મુક્ત રીતે આધારિત છે.

પિંજર (2003) અમૃતા પ્રીતમની નવલકથા "પિંજર" પર આધારિત છે.

અર્થ (Earth) (1998) બાપ્સી સિધ્વાની નવલકથા "ક્રેકીંગ ઇન્ડિયા"ના આધારે બની છે.

વૉટર (Water) (I) (2005) લેખક બાપ્સી સિધવાએ આ ફિલ્મ પર આધારિત 2006 માં નવલકથા લખી હતી. તેથી આ આપણે જ કરી રહ્યા છીએ તેનાથી ઉલટું છે ?; આ ફિલ્મ પરથી નવલકથા લખી હતી.

સાવરિયા (2007) ફ્યોદોર દોસ્તોવ્સ્કીની ટૂંકી વાર્તા "વ્હાઇટ નાઇટ્સ" પર આધારિત છે.

ઉપહાર (1971) રવિન્દ્રનાથ ટાગોરની 'સમાપ્તિ' (ધ એન્ડ) નામની ટૂંકી વાર્તા પર આધારિત છે.

ચોખેર બાલી: એ પેશન પ્લે (2003) રવિન્દ્રનાથ ટાગોરની નવલકથા "ચોખેર બાલી" પર આધારિત છે.

સરસ્વતીચંદ્ર (1968) ગોવર્ધનરામ માધવરામ ત્રિપાઠીની ગુજરાતી નવલકથા "સરસ્વતીચંદ્ર" પર આધારિત છે.

સાત ખુન માફ (2011) રસ્કિન બોન્ડ દ્વારા લિખિત લઘુનવલ "સુસાના'ઝ સેવન હસ્બંડઝ" પર આધારિત છે.

જુનૂન (1979) રસ્કીન બોન્ડની કાલ્પનિક નવલકથા, "એ ફ્લાઇટ ઓફ પીજ્યન્સ" પર આધારિત છે, જે 1857 ના ભારતીય બળવાની આસપાસ રચાયેલી છે.

નેમસેક (2006) ઝુમ્પા લાહિરીની આ જ નામની નવલકથા પર આધારિત છે.

એક ચાદર મૈલી સી (1986) એ જ નામથી રાજીન્દરસિંહ બેદીની ઉત્તમ ઉર્દૂ નવલકથાનું ફિલ્મીકરણ છે.

આયેશા (I) (2010) જેન ઓસ્ટેનની નવલકથા એમ્મા (Emma) પર આધારિત મૂવી છે.

હૈદર (2014) વિલિયમ શેક્સપિયરના ટ્રેજેડી નાટક "હેમ્લેટ" પર આધારિત છે.

The Seventh Horse of the Sun (1992) "સૂરજ કા સાતવા ઘોડા" એ ધર્મવીર ભારતી ની સમાન નામની નવલકથા પર આધારિત મૂવી છે.

અંખીયોં કે ઝરોખોં સે (1978) 1970ની મૂવી અને એરિક સેગલની નવલકથા "લવ સ્ટોરી" પર આધારિત (ખૂબ જ મુક્ત રીતે).

કલયુગ (1981) વેદવ્યાસ દ્વારા સંસ્કૃત મહાકાવ્ય "મહાભારત" પર આધારીત આ જૂનું કલયુગ મૂવી છે.

રાજનીતી (2010) આ એક મૂવી સાહિત્યના બે ટુકડાઓનો કોકટેલ છે; મારિયો પુઝોનું "ધ ગોડફાધર" અને આપણું પોતાનું વેદવ્યાસ કૃત સંસ્કૃત મહાકાવ્ય "મહાભારત".

અપને પરાયે (1980) શરતચંદ્ર ચટ્ટોપાધ્યાયની બંગાળી નવલકથા "નિષ્કૃતિ" પર આધારિત છે.

બાલિકા બધુ (1976) બિમલ કર લિખિત સમાન નામથી બંગાળી નવલકથા પર આધારિત છે.

માસૂમ (1983) એરીક સેગલના પુસ્તક "મેન વુમન એન્ડ ચાઇલ્ડ" પર આધારિત છે.

યે વાદા રહા (1982) અંગ્રેજી નોવેલ "ધ પ્રોમિસ" પર આધારિત જે એક મૂવી હતી અને પછી ડેનિયલ સ્ટીલ દ્વારા નવલકથામાં ઉતારવામાં આવી હતી.

ગબન (1966) મુનશી પ્રેમચંદની નવલકથા "ગબન" પર આધારિત છે.

સાહેબ બીબી ઔર ગુલામ (1962) આ જ નામની નવલકથા પર આધારિત, બિમલ મિત્ર દ્વારા લિખિત.

ઉમરાવ જાન (1981) 1905 ની ઉર્દૂ નવલકથા "ઉમરાવ જાન અદા" પર આધારિત છે.

ઉમરાવ જાન (2006) ઉર્દૂ નવલકથા "ઉમરાવ જાન અદા" પર આધારિત છે.

હાફ ગર્લફ્રેન્ડ (2017 ચેતન ભગત દ્વારા લખાયેલ સમાન નામની નવલકથા પર આધારિત છે.

ધર્મપુત્ર (1961) આચાર્ય ચતુર સેનની સમાન નામની નવલકથા પર આધારિત છે.

બાજીરાવ મસ્તાની (2015) નાગનાથ એસ ઇનામદારની મરાઠી નવલકથા "રાઉ" પર આધારિત છે.

પદ્માવત (2018) મલિક મુહમ્મદ જાયસીના મહાકાવ્ય "પદ્માવત" પર મુક્ત રીતે આધારિત છે.

શાલીમાર (1978) આ ફિલ્મનો પ્લોટ અંગ્રેજી લેખક જેમ્સ હેડલી ચેઝની નવલકથા 'ધ વલ્ચર ઈઝ અ પેશન્ટ બર્ડ' દ્વારા પ્રેરિત છે.

હોલીવુડ ની આ ફિલ્મો પુસ્તકો પર આધારિત છે

ધ હંગર ગેમ્સ સાગા (2012)

નીવરેંડિંગ સ્ટોરી (1984)

ધ બુક થીફ (2013)

ધ હેરી પોટર સાગા (2001)

ધ ક્રોનિકલ્સ ઓફ નાર્નિયા (2005)

વિજ્ઞાન સાહિત્ય અને કાલ્પનિક પુસ્તકો પર આધારિત શ્રેષ્ઠ મૂવીઝ

ધ લોર્ડ ઓફ ધ રિંગ્સ ટ્રાયોલોજી (2001)

રાજકુમારી સ્ત્રી (1987)

ડ્યુન (2021)
અ ક્લોકવર્ક ઓરેન્જ (1971)
બ્લેડ રનર (1982)
અન્ય પુસ્તકો પર આધારિત શ્રેષ્ઠ ફિલ્મો
શિન્ડલર્સ લિસ્ટ (1993)
ટ્રેનસ્પોટીંગ (1996)
ટુ કિલ અ મોકિંગબર્ડ (1962)
આજીવન કેદ (1994)
ફાઇટ ક્લબ (1999)
ધ ગોડફાધર (1972)

આમ જીવનના દરેક ખુણેથી જોઈએ તો દુનિયામાં મિનિટે મિનિટે બદલાવ થઈ રહ્યો છે. દરેક વસ્તુ બદલાઈ રહી છે પરિસ્થિતિ બદલાઈ રહી છે,

માણસો પણ બદલાઈ જાય છે અને ઘણી વખતે તો મિત્રો પણ બદલાઈ જાય છે. પરંતુ પુસ્તક મિત્ર તો પહેલાં જેવાં હતાં તેવાં ને તેવા મરણાંત સુધી સાથે રહે છે અને દેશ દુનિયાનું જ્ઞાન આપણને આપે છે. તો મિત્રો આ પુસ્તક મિત્રો પણ ભૂલાય નહિ.

ઇન્ટરનેટ અને મોબાઇલના યુગમાં આજના બાળકને પુસ્તકનું મહત્ત્વ ન સમજાય તો એ માટે માત્ર સમય જવાબદાર નથી, આપણે પણ ઘણે ભાગે જવાબદાર છીએ જ!

મોંઘા મોબાઇલ અને મોંઘાં રમકડાં આપણે બાળકના હાથમાં મૂકી શકીએ છીએ, પરંતુ વાંચવા જેવાં પુસ્તકો આપણે બાળકના હાથ સુધી પહોંચાડી શકતા નથી!

એનું સાવ સાચું કારણ એ જ છે કે આપણે ખુદ પુસ્તકોમાં રુચિ ધરાવતાં નથી અને વાંચવા જેવાં પુસ્તકો કયાં કયાં છે એની આપણને કશી ગતાગમ પણ નથી! પુસ્તક આપણી પ્રાયોરિટીમાં ક્યાંય ગોઠવાતું નથી એ આપણું દુર્ભાગ્ય છે.

જાણીતા લેખક રોહિત શાહ બહુ સરસ વાત કરે છે કે ઘરના કોઈ કબાટમાં પુસ્તક હોવું એ પરિવારની સંસ્કારિતાનું સર્ટિફિકેટ છે અને કોઈ વ્યક્તિના હાથમાં પુસ્તક હોવું એ એની સાહિત્યપ્રીતિનું સર્ટિફિકેટ છે.

પુસ્તક એકલતાનો અભિશાપ ટાળવા માટેનું પર્મેનન્ટ વરદાન છે. પુસ્તક એકાંતના સત્સંગનું મેઘધનુષ છે.

મોબાઇલ આવ્યો એ પહેલાંની વાત જરા જુદી છે. દરેક રેલવે સ્ટેશન અને બસસ્ટેન્ડ પર ખાસ બુકસ્ટોલ્સ જોવા મળતા હતા. લાંબા પ્રવાસમાં સમય પસાર કરવા માટે લોકો પુસ્તકો ખરીદતા હતા અને એ રીતે પણ તેઓ સાહિત્યના સંપર્કમાં રહેતા હતા.

આજે પણ કેટલાંક રેલવે સ્ટેશનો પર અને બસસ્ટેન્ડ પર બુકસ્ટોલ્સ તો હોય છે, પરંતુ ત્યાંય પુસ્તકોના વેચાણ પર ઘણો માઠો પ્રભાવ પડ્યો છે.

શૌચાલય આપણી શારીરિક તંદુરસ્તીને જાળવે છે અને પુસ્તકાલય આપણી માનસિક તંદુરસ્તીને તાજગીસભર રાખે છે.

આમ જીવન માં સારા પુસ્તકો વાંચો વસાવો અને તેને નજીક ના લોકો ને ભેટ આપો અને હા કોઈ ને પુસ્તક પાછું આપવાનું ભુલાઈ ગયું હોય તો તેને સમયસર આપી દેજો તેવી અપીલ છે.